குழவிப் பூங்கா

வாணமதி

KUZHAVIP POONGA (in Tamil)

Vaanamathi

First Published: August, 2018

Published by

BOOKS FOR CHILDREN
im print of Bharathi Puthakalayam
7, Elango Salai, Teynampet, Chennai - 600 018
Email: thamizhbooks@gmail.com | www.thamizhbooks.com

குழவிப் பூங்கா

வாணமதி

முதல் பதிப்பு: ஆகஸ்ட், 2018

வெளியீடு:

புக்ஸ் ஃபார் சில்ரன்

7, இளங்கோ சாலை, தேனாம்பேட்டை, சென்னை - 600 018

தொலைபேசி : 044-24332424, 24332924, 24356935

விற்பனை உரிமை

விற்பனை நிலையங்கள்

திருவல்லிக்கேணி: *48,* தேரடி தெரு **| பெரம்பூர்:** *52,* கூக்ஸ் ரோடு **வடபழனி:** பேருந்து நிலையம் எதிரில் அடையார் ஆனந்தபவன் மாடியில் **ஈரோடு:** *39,* ஸ்டேட் பாங்க் சாலை **| திண்டுக்கல்:** பேருந்து நிலையம் **நாகை:** *1,* ஆரியபத்திரபிள்ளை தெரு **| திருப்பூர்:** *447,* அவினாசி சாலை **திருவாரூர்:** *35,* நேதாஜி சாலை **| சேலம்:** பாலம் *35,* அத்வைத ஆஸ்ரமம் சாலை, **சேலம்:** *15,* வித்யாலயா சாலை **| கரூர்:** நாரத கானசபா அருகில் *(Near TNGEA - Office)* **அருப்புக்கோட்டை:** *97/33,* விருதுநகர் மெயின்ரோடு. **நெய்வேலி:** சி.ஐ.டி.யூ அலுவலகம், பேருந்து நிலையம் அருகில், **| மதுரை:** *37A,* பெரியார் பேருந்து நிலையம் **| மதுரை:** சர்வோதயா மெயின்ரோடு, **குன்னூர்:** *N.K.N* வணிகவளாகம் பெட்போர்ட் **| செங்கற்பட்டு:** *1* டி., ஜி.எஸ்.டி சாலை **| விழுப்புரம்:** *26/1,* பவானி தெரு **| திருநெல்வேலி:** *25A,* ராஜேந்திரநகர், **பாளையங்கோட்டை | விருதுநகர்:** *131,* கச்சேரி சாலை **| கும்பகோணம்:** ரயில் நிலையம் அருகில் **| வேலூர்:** *S.P. Plaza 264,* பேஸ் *II* , **சத்துவாச்சாரி. | தஞ்சாவூர்:** காந்திஜி வணிக வளாகம் காந்திஜி சாலை **விருதாசலம்:** *511H,* ஆலடி ரோடு **| திருச்சி:** வெண்மணி இல்லம், கரூர் புறவழிச்சாலை **பழனி:** பேருந்து நிலையம் **| தேனி:** *12H,* மீனாட்சி அம்மாள் சந்து, இடமால் தெரு **கோவை:** *77,* மசக்காளிபாளையம் ரோடு, பீளமேடு **| தி.மலை:** முத்தம்மாள் நகர், **நாகர்கோவில்:** *699,* கே.பி.ரோடு, ஆர்.வி.புரம் **சிதம்பரம்:** *22A/ 18B* தேரடி கடைத் தெரு, கீழவீதி அருகில் **| கடலூர்:** *55,* பாஷியம் ரெட்டி தெரு, மஞ்சக்குப்பம்

நினைத்த நூல்கள்... நினைத்த நேரத்தில்...

 9444960935

அச்சு : கணபதி எண்டர்பிரைசஸ், சென்னை - 600 002.

குழந்தைகளே கதைகளாகி.....

பேசும் பறவைகள், உதவும் சித்திரக் குள்ளர்கள், மாயக் கண்ணாடிகள், ஒற்றைக்கண்மந்திரவாதிகள்,துன்பத்துக்குள்ளாகும் சிறுமிகள் யுவதிகள், அவர்களை மீட்பதற்காகக் கதை இறுதியில் குதிரையேறி வரும் ராஜகுமாரர்கள்-- என விரியும் தேவதைக் கதைகளே *(Fairy Tales)* ஒரு காலத்தில் குழந்தைக் கதை உலகில் பிரதான இடம் பெற்றிருந்தன.

ஆச்சர்யங்கள், வன்முறைகள், திருப்பங்கள் நிறைந்து குழந்தைகளை ஒரு பிரமிப்பில் நிறுத்திய கதைகள் அவை. 'ஹாலிவுட் திரைப்படங்களுக்கு நிகரான வன்முறைகள் தேவதைக் கதைகளில் இருக்கின்றனவே! இவற்றைக் குழந்தைகளுக்குச் சொல்லலாமா?' என்ற கேள்வியை எழுப்பியவர் கல்வியாளர் பிராங்க் மக்கோர்ட்.

தேவதைக் கதைகளுக்கு ஒரு பலம் உண்டு. அது- இயற்கை! காடு, மலை, கடல்- ஏதேனும் ஒன்றில்லாத தேவதைக் கதை ஏது? வீட்டில் இருந்து, அரண்மனையில் இருந்து, நாட்டில் இருந்து வஞ்சகமாய்த் துரத்தப்பட்ட சிறுமி அல்லது யுவதி தஞ்சம் புகுவது காட்டில்தான்.அங்கே நண்பர்களாகி அவளை அரவணைப்பவை பறவைகளும் விலங்குகளும். சில நேரங்களில் மரங்களும் செடிகொடிகளும் கூட!

இன்று நவீனமாய்க் குழந்தைகளுக்குக் கதை சொல்வோருக்கு மந்திரவாதிகள்,சூனியக்காரிகள் தேவையில்லை. குழந்தைகளைச் சிரிக்க வைக்க, பேசவைக்க, அவர்களின் பார்வையையும் படைப்பாற்றலையும் வளப்படுத்த யதார்த்தமே போதும். மென்காற்றில் இலைகள் அசைவதைப் போன்றசின்னஞ்சிறு அசைவுகளே போதும். இந்த மாற்றம் மனநிறைவான மாற்றம்.

அன்றும் சரி, இன்றும் சரி- கதைகளுக்குள் ஒன்று மட்டும் எப்போதும் வேண்டும். அது- இயற்கை!

இயற்கையை வைத்துக் குழந்தைகளுக்கிடையே நிகழும் உரையாடல்கள்- சிறுசிறு சண்டைகள்- மீண்டும் துளிர்க்கும் நேசங்கள்- இவையே சிறந்த குழந்தைக் கதைகளாக வடிவம் பெறமுடியும் என்பதற்கு வாணமதியின் 'குழவிப் பூங்கா' ஓர் உதாரணம்.

வாணமதி என்ற மதிவதனியின் பூர்வீகம் இந்தியா. பின்னர் இலங்கையில் படித்து வளர்ந்தவர். தற்போது சுவிட்சர்லாந்தில் பள்ளி ஆசிரியராகப் பணியாற்றுகிறார். மூன்று மண்ணின் சாரமும் அவருடைய எழுத்துகளில் இருக்கிறது. இத்தகைய எழுத்து தமிழில் அபூர்வமாகத்தான் இருக்கிறது.

'குழவிப் பூங்கா' கதைகளில் உரையாடி விளையாடும்பிள்ளைகளின் பெயர்களைப் பாருங்கள். மாறன், முகிலன், தமிழினி, மாதுமை, ஷீவன், லெவின், அச்சு, மெலனி, ரோன் -என விதம் விதமான பெயர்களில் குழந்தைகள் உலா வருகிறார்கள். பெயர்களில் இத்தனை வண்ணங்களை - இத்தனை அழகுகளை இதுவரை பார்த்ததில்லை.

குழந்தைக் கதையில் கதாபாத்திரங்கள் வருவதுண்டு. சில கதைகளில் யானை, சிங்கம், பாம்பு, எலி, புறா - என பறவை விலங்குகள். சில கதைகளில் ராஜா, ராணி, தாத்தா, பாட்டி, திருடன், போலீஸ்- எனப் பலதரப்பட்ட மனிதர்கள்! குழந்தைகளே கதைகளாக- ஒவ்வொரு குழந்தையும் ஒரு கதையாக- மாற முடியும் என்பதை உணர்த்தியிருக்கிறார் வாணமதி. 'ஸாரி மண்புழு' என்று மண்புழுவிடம் மன்னிப்பு கேட்கும் ரோன் ஒரு கதை! ஆதவன் சுதந்திரமாய் ஆற்றில் திரிந்த மீனைப் பிடித்து வந்து மீன் தொட்டிக்குள் விட்டு வளர்க்கிறான் என்பதறிந்து, அவனோடு வருத்தம் கொண்டு விலகும் பாரதி ஒரு கதை! ரோசி வைத்திருந்த நத்தை ஓட்டை உடைத்துவிட்டு, அதன் பொருட்டு வருந்தாதவன்போல் இருந்துவிட்டு, பிறகு நத்தையோடுகளைத் தேடி எடுத்து வண்ணந்தீட்டி அலங்கரித்து ரோசியிடம் கொடுத்து மன்னிச்சுக்கோ எனக் கேட்கும் நோவா ஒரு கதை! குழந்தைகள் ஒன்று சேர்ந்து, புதிதாய்த் தாங்கள் கண்ட பறவைக்கு 'நீல ஹிக்கி' என்று பெயர் சூட்டுவது கதையல்ல- அது திருவிழா! வானவில்லைப் பார்த்ததும்,

"ஏழுநிற வானவில்லே ஏழுகடல் தாண்டி வா!

ஏழு நிறத்தில் எனக்கொரு சட்டை கொண்டு வா"

- என்று குழந்தைகள் பாடி ஆடுவது மற்றொரு திருவிழா!

கதைகளைத் தேடி எங்கும் போகவேண்டாம். குழந்தைகளின் உரையாடல்களை, பிஞ்சுக் கோபங்களை, அவர்கள் தோழமை கொள்ளும் தருணங்களை நுட்பமாகக் கவனித்தாலே ஒவ்வொருநாளும் புதுப்புது கதை கிடைக்கும் என்ற புரிதல் குழவிப் பூங்கா படிக்கையில் உண்டாகிறது. கதைகளுக்கான புதுப்பாதை இது.

இந்திய- இலங்கைக் கல்வி முறையில் மாணவராகப் பயின்று, இன்று ஐரோப்பியக் கல்வித் திட்டத்தில் ஆசிரியராகப் பணியாற்றும் எழுத்தாளர் மதிவதனி மிக முக்கியமான பங்களிப்பைக் கல்வித்துறைக்கு வழங்கும் காலம் நிச்சயம் வரும். என் முகநூல் பதிவுக்கு, மதிவதனி எழுதிய ஒரு பின்னூட்டம் இன்னும் என் ஞாபகத்தில் இருக்கிறது. பாடப் புத்தகங்களுக்குள் கட்டுப்பட்டுக் கிடக்கும் நம் கல்விமுறையில் இருந்து ஐரோப்பியக் கல்விமுறை எப்படி வேறுபடுகிறது- அந்தக் கல்விமுறையில் எப்படி 15 வயதிலேயே மாணவர் ஒவ்வொருவரும் தன்னம்பிக்கை பெற்று நிற்க முடிகிறது என்பதை மதிவதனி பின்னூட்டத்தில் பின்வருமாறு குறிப்பிடுகிறார்.

"சுவிட்சர்லாந்தில் குழந்தைகள் இயற்கையில் கற்பதே அதிகம் உள்ளது.

1 முதல் 6 வரை பாடப்பரப்பு வகுப்பறையைச் சார்ந்ததாக 50% மட்டுமே உள்ளது. காட்டுக்குப் போவது, மலையேறுவது, பனி சறுக்குவது, நாடகம் பார்ப்பது, விலங்குகள் பூங்காவுக்குச் செல்வது - என்று பாடப்புத்தகத்துக்கு வெளியே இப்படி நீண்டு செல்கிறது கல்வி. 15 வயதிலிருந்து யாரையும் சாராமல்தனித்துவமாக வாழ வழியமைக்கிறது இக் கல்வி".

கதை எழுதினாலும் சரி, கல்வி குறித்து எழுதினாலும் சரி மதிவதனி அளவாகவும் எழுதுகிறார்; தெளிவாகவும் எழுதுகிறார். வெற்றி பெறும் எழுத்து இது.

அன்பு வாழ்த்துகள்...

ச.மாடசாமி

சென்னை-93.

என்னுரை

கடந்த ஐந்து வருடங்களாக சுவிற்சர்லாந்து அரசுப்பள்ளியில் பல்லினச் சிறார்களுடன் தொழில் ரீதியாக பயணிக்கின்றேன். அத்தோடு அரசின் விளையாட்டுப்பள்ளிக்கான ஒருவருடப் பட்டயப்படிப்பினை கற்று முடித்து விளையாட்டுப்பள்ளியிலும் கடமையாற்றி வருகின்றேன்.

இவர்களது அதிமுக்கிய பொழுது போக்கு புத்தகம் வாசித்தல் மற்றும் திறந்தவெளி விளையாட்டாகும். குறிப்பாக ஆண்டு ஒன்று முதல் ஐந்து வரையான மாணவர்கள் கூடிய நேரத்தை பள்ளி நூலகங்கள் மற்றும் பொது நூலகங்களில் செலவிடுகின்றனர். வகுப்பறையில் நூல்களைத் தேடி வாசிப்பதற்கான சூழலில் பாடத்திட்டங்கள் வரையறுக்கப்பட்டுள்ளன.

இவர்களால் வாசிக்கப்படும் கதைநூல்களை நானும் வாசிக்கிறேன், கற்றுக்கொள்கிறேன், தெளிவும் பெறுகிறேன். இவர்களால் வாசிக்கப்படும் கதை நூல்களில் அதிகமான கற்பனைப் புனைவுகள் இல்லை. வாழ்வியல் சூழலில் பார்த்து தெரிந்து அறிந்து கொண்டவற்றை மையமாக வைத்தே கதைகள் புனையப்பட்டுள்ளன.

சிறுவர்கள் எந்தச் சூழலில் வாழ்கிறார்களோ அதை முதலில் தெளிவுபடுத்துவதன் மூலமே இறந்தகால எதிர்கால கற்பனைகளை அவர்களால் சுயமாக உருவாக்க முடியுமென்ற நோக்கில் கதைப்புத்தகங்கள் வயது அடிப்படையில் வரையறுக்கப்பட்டுள்ளன.

கதைநூலில் வயது மற்றும் வகுப்பு அதிகமாக குறிப்பிடப்பட்டிருக்கும். இதை மிகவும் சிறப்பான உளவியல் சிந்தனையாக கருதுகிறேன். வயதை வரையறுத்து கதைகள் புனையப்படும் போது கதைக்கான கரு, எழுத்துநடை, உரைநடை, சொற்களஞ்சியம், வண்ணங்களின் தெரிவு, வரைபட

அமைவு,பக்கவரையறை குறித்த தெளிவு ஆசிரியருக்கு ஏற்படும். இதனால் வாசிப்பதில் சோர்வு நிலை சிறார்களுக்கு ஏற்படாது. வாசிப்பதில் விருப்பு ஏற்படும் வகையில் சிறார்களுக்கான கதைநூல் அமையவேண்டும் என்பது இன்றைய காலத்தின் கட்டாயம்.

இன்றைய வாழ்வியலில் சிறார்களுக்கு அதீத கற்பனையைக் கடந்த நிஜம் தேவைப்படுகிறது.ஆனாலும் ஐம்புலன்களுக்கான சுவாரசியமும் விரும்பப்படுகிறது. கதையை வாசிக்கையில் இலகுச் சொல்நடை, கேட்கும் போது குரல் ஏற்றத்தாழ்வுகளுடன் கூடிய உரையாடல் அமைப்பு, தனது கற்பனைக்கு கருகொடுக்கும் வண்ணப் படங்கள் இப்படி எத்தனையோ...

மாதா, பிதா, குரு, கொடுக்கமுடியாத பாடங்களை கதைகள் மூலம் சிறுவர்கள் கேட்டு, வாசித்து தெளிவுறுகின்றனர். தன்னையும் தன்னைச்சார்ந்த சமூகச் சூழலையும் உற்று நோக்கவும் சிறுவர்களுக்கான கதை நூல் நல்லதொரு வழிகாட்டியாக அமைகிறது.

ஏன் இந்த வழிமுறையில் தமிழ்ச்சிறார்களுக்கான கதை நூல் ஒன்றை உருவாக்க கூடாது என்ற கேள்வியின் விடையே "குழவிப்பூங்கா" எனும் இச் சிறுவர் கதைத்தொகுதி.

பத்துவருடங்களாக புலம்பெயர் நாட்டில் வாழும் தமிழ் மாணவர்களுக்கு (ஆண்டு 1முதல் 11 வரை) தமிழ் கற்பித்து வருகின்றேன். அதேநேரம் அவர்களது சிந்தனை முழுவதும் வாழ்வியல் நாட்டோடு 99% ஒன்றித்து இருப்பதையும் உணர்கிறேன். வேறு நாடுகளில் வாழும் தமிழர்களின் பிள்ளைகளின் மனோநிலையும்ஐரோப்பிய வாழ்வியல்மனோநிலைக்குகல்வியின் ஊடாக மறைமுகமாக திணிக்கப்பட்டுவருகிறது என்பதையும் அறிவேன்.

இந்தச் சூழலில் வாழும் குறிப்பாக 8 முதல் 10 வயது சிறார்களுக்கான நூலாக இதை எழுதி முடித்துள்ளேன்.

"குழந்தைகளை குழந்தைகளாக வாழவிடுங்கள்" என்றார் ரூசோ. குழந்தைகள் குழந்தைகளாக வாழ்வதற்கான சூழலை உருவாக்கித் தருவது காலத்தின் தேவையாகவும் இருக்கிறது. நன்றி.

வாணமதி

உள்ளே

1

மண்புழு விளையாட்டு

பள்ளியில் விளையாட்டு இடைவேளையில் சிறார்கள் யாவரும் துள்ளிக்குதித்து விளையாடிக் கொண்டிருந்தனர். பனிக்காலம் முடிவடைந்து இலை துளிர் காலம் வந்துவிட்டதால் சூரிய ஒளியும், மரங்களின் இளம் பச்சை நிற இலைகளும் சிறார்களுக்கு மகிழ்ச்சியளித்தன.

விளையாட்டுப் பள்ளி ஆசிரியை மோனிக்கா சிறார்கள் விளையாடுவதை உற்று நோக்கிக் கொண்டிருந்தார்.

அலெக்சும் மைக்கேலும் கற்களைப் பொறுக்கி வீடு கட்டினர்.

ஹீவனும், மார்க்கும், தாரிக்கும் சறுக்கு மரத்தில் ஏறி சறுக்கி மகிழ்ந்தனர்.

கயானாவும், கமலியும் சிரித்துச், சிரித்து ஊஞ்சலாடினர்.

ஆனால் ரோன் மட்டும் ஓர் ஓரமாக இருந்து ஏதோ செய்து கொண்டிருந்தான்.

"ரோன்... மட்டும் தனியாக இருந்து என்ன செய்கிறான்?" என்று யோசித்துக் கொண்டே மோனிக்கா ரோனை நோக்கிச் சென்றாள்.

அவன் ஒரு குச்சியொன்றை வைத்து மண்புழுவொன்றைக் குத்திக்குத்தி ஊர்ந்து செல்ல விடாது தடுத்தி நிறுத்தி விளையாட்டுக் காட்டினான்.

"ரோன் என்ன செய்கிறாய்?" என்றாள் மோனிக்கா.

"இந்தப் புழுவுடன் விளையாடுகிறேன்" என்றான் ரோன்.

அப்போது அருகில் வந்த மாதுமை, "மண்புழுவோடு என்ன விளையாட்டு?" என்றாள் புரியாமல்.

"ஓ... அதுவா? இந்த மண்புழுவை நகரவிடாது தடுத்து நிறுத்துவது. இந்தக் குச்சியால் இப்படிக் குத்தினால் அதன் உருளை வடிவான உடலைக் குறுக்கிக் கொள்ளும். பார்க்க வேடிக்கையாகவும் இருக்கும்" என்றான் ரோன்.

"ஐயோ பாவம்...! அதற்கு வலிக்குமே...!" என்றாள் மாதுமை.

"அதற்கு வலிக்காது. அது மண்புழு" என்றான் ரோன்.

இவர்களது உரையாடலைக் கேட்டுக் கொண்டிருந்த மோனிக்கா...

"ரோன், இந்த மண்புழு நம்மைப் போல மனிதர்கள் இல்லை. ஆனாலும் அதற்கும் உடல், உறுப்புகள் எல்லாம் உண்டு. நாம் நடந்து செல்லும் போது யாரும் தடுத்தால் அது நல்ல செயலா?"

"இல்லை!" என்றனர் இருவரும் தலையைப் பக்கவாட்டில் அசைத்து.

"எமது உடலில் யாராவது குச்சியால் குத்தினால் வலிக்குமா? இல்லையா?"

"வலிக்கும், வலிக்கும்" என்றாள் மாதுமை சத்தமாக...

ரோன் தலைகுனிந்து பதிலேதும் சொல்லாது நின்றான்.

"ரோன், வலிக்குமா?" கேட்டாள் மோனிக்கா.

முகம் சிவக்க நின்ற ரோன், "ஸாரி, மோனிக்கா" என்றான் பதிலாக.

அப்போது மாதுமை, "இதற்குக் கூட நம்மைப் போல அப்பா, அம்மா, தங்கை எல்லாம் இருக்குந்தானே? இந்த

மண்புழு இரத்தம் வடிய வீட்டிற்குச் சென்றால் இதன் அப்பா, அம்மா எல்லாம் கவலைப்படுவார்கள் தானே?"

"பாவம்... நாம் அதைத் துன்புறுத்தக் கூடாது" என்றாள் மாதுமை மண்புழுவை உற்று நோக்கியவாறு.

"ம்... ம்... நிச்சயமாக மாதுமை"

"பாட்டி சொன்னார்கள், பிற உயிர்களைத் துன்புறுத்தக் கூடாதென இப்போது புரிகிறது" என்றான் ரோன்.

"ரோன், மாதுமை இந்த மண்புழு நமக்கு நல்லது செய்யும் ஓர் உயிரினம். நமக்கு நன்மை செய்தவர்களை முக்கியமாக நாம் துன்புறுத்தவே கூடாது" என்றாள் மோனிக்கா.

"நன்மையா? நமக்கா? என்னது மோனிக்கா?" என்றனர் இருவரும் ஒருங்கே...

"இப்போது இலைதுளிர் காலம் அல்லவா? நமது வீட்டில் உள்ள தோட்டங்களில் பூச்செடிகள், காய்கறிகள், எல்லாம் பயிரிடுவோம் அல்லவா?"

"ஆமாம்" என்றனர் இருவரும்.

"தோட்டத்து மண்ணை வளப்படுத்த உதவுகிறது"

"எப்படி? என்றான் ரோன்."

"அதாவது, செடிகள் வளர இயற்கையான உரம் இடுவோம் அல்லவா?"

"உரம்?" என்றாள் மாதுமை கண்களை விரித்து.

"அதாவது, மாட்டின் காய்ந்த சாணம், முட்டைக்கோசு, காரட், ஆரஞ்சுத் தோல்கள்... இப்படி..." என்றாள் மோனிக்கா.

"தெரியும்! தெரியும்!" என்றாள் மாதுமை.

"அம்மா ரோயாச்செடிக்கு முட்டைக்கோசு சுற்றி போடுவார்" என்றாள்.

"ஆமாம், அந்த உரங்களை உண்டு, கழிவுகளாகச் சிறுசிறு உருண்டைகளை மலம் கழிப்பது போல வெளியேற்றும்.

இவை மண்ணோடு சேர்ந்து செடிகள் செழிப்பாக வளர உதவும்" என்றாள் மோனிக்கா.

இருவரும் கண்களை விரித்து உருளை வடிவான மண்புழுவை உற்று நோக்கினர்.

சின்னதான மண்புழு எவ்வளவு நல்லது செய்கிறது!

"ஸாரி மண்புழு" என்றான் ரோன்.

இருவரும் தமது சிறிய விரல்களால் குறுகியிருந்த மண்புழுவைத் தடவிக் கொடுத்தனர்.

அந்த மண்புழுவும் உடலை நீட்டி மகிழ்ச்சியுடன் ஊர்ந்து செல்லத் தொடங்கியது.

இந்தக் காட்சியைப் பார்த்த ரோன் தனது கைவிரலால் மண்புழுவைப் போல நிலத்தில் நெளித்து நெளித்து அழகு காட்டினான். மோனிக்காவும், மாதுமையும் சிரித்துக் கொண்டே ரோனைப் போல செய்ய முயன்றனர்.

2

நீல வரிக்கி

தமிழினி, லெவின், அச்சு, முகிலன், மெலனி யாவரும் மிக மகிழ்ச்சியாக காணப்பட்டனர். இலை துளிர் காலத்தின் மகிழ்ச்சியில் குரல் எழுப்பும் பறவைகளைப் போலவே அவர்களது உற்சாகக் குரல் விளையாட்டுத் திடல் எங்கும் எதிரொலித்தது.

பள்ளி முடிவடைந்த பிற்பாடு யாவரும் பந்தடித்து விளையாடுவதற்காகத் தங்கள் வீட்டின் அருகிலுள்ள திடலில் கூடுவர். கடந்த மூன்று மாதமாகக் கொட்டும் வெள்ளைப்பனி இவர்களது விளையாட்டைத் தடுத்தி நிறுத்தியிருந்தது. கடந்த இரண்டு வாரமாகத்தான் புல்வெளியில் விளையாடி மகிழ்கின்றனர்.

''தமிழினி! அங்கே பார்... அழகான ஒரு பறவை'' என லெவின் கைவிரல் நீட்டிக் காண்பித்தான்.

அவன் கைகாட்டிய திசையில் நீல நிற உடலும், மஞ்சள் நிற இறக்கையும், சிறிய பழுப்பு நிறக் கண்களுமாக ஒரு பறவை மரத்தின் கிளையில் இருந்தது.

''ஆ... எவ்வளவு அழகான பறவை'' என்ற அச்சு... முகிலன், மெலனி யாவரையும் அழைத்தாள். யாவருமே அந்தப் பறவையினைக் கண்வெட்டாது பார்த்தனர்.

''இதன் பெயர் என்னவாக இருக்கும்?'' என்றாள் அச்சு.

''தெரியவில்லையே...'' என்றான் முகிலன்.

யாவருமே தெரியாதென உதட்டைப் பிதுக்கித் தோளைக் குலுக்கினர்.

"பனிக்காலத்தில் சூடான் நாட்டுக்குச் சென்ற நம்ம நாட்டுப் பறவைகள் புதிய பறவைகளை நண்பராகக் கூட்டிட்டு வந்திருக்கு" என்றான் முகிலன்.

"அழகான பிரண்டைக் கூட்டிட்டு வந்திருக்கு" என்ற மெலனி, "இதுவெல்லாம் எப்படி உனக்குத் தெரியும்?" என்றாள்.

"என் அப்பா ஞாயிறு விடுமுறையில் இப்படியானகதைகள் நிறையச்சொல்லுவார்..."

"ஓ..." என்ற யாவரும் "ஏன், பனிக்காலத்தில் சூடான் நாட்டுக்கு நம் பறவைகள் செல்கின்றன?" என்றனர்.

முகிலன்நிலத்தில்கிடந்தபந்தைஅணைத்தபடி புற்றரையில் இருந்தான். அவனைச் சுற்றி யாவரும் அமர்ந்தனர்.

"ஏனென்றால் பறவைகளால் இந்தக் குளிரைத் தாங்க முடியாதே... நம்மைப் போல அதுங்களுக்கு பனிக்கால உடைகள் இல்லையே..." என்றாள் அச்சு.

"ஆமாம்" என்றான் முகிலன்.

"பறவைகளுக்கு மரங்களில் இலைகள், பூக்கள், காய்கள், பழங்கள்தான்விருப்பம். சூரியனைக்கண்டாலே கூக்கூ கூக்கூ... என்று பாட்டெல்லாம் பாடும். பனிக் காலத்தில் நம் நாட்டில் மரங்களில் இலைகள் இருக்காதே..." என்றான் முகிலன்.

"மொட்டையாக இருக்கும்" என்றாள் அச்சு.

"மொட்டையாக என்றால் என்னது?" என்று கேட்டான் லெவின்.

"தலையில் முடியே இல்லாதவர்களை மொட்டைத்தலை என்றுதானே சொல்வோம்"

"பனிக்காலத்தில் மரத்தில் இலைகள், பூக்கள் ஒன்றுமே இல்லையா?அதனால் அதுவும் மொட்டைதானே" என்று விளக்கமளித்த அச்சு "கலகல" என்று சிரித்தாள்.

மொட்டைத்தலை மரம், மொட்டைத்தலை மரம் என்று சொல்லிச்சொல்லிக் கலகலத்தனர் யாவரும்.

பெரு விரலையும், ஆட்காட்டி விரலையும் ஒன்றாகச்

சேர்த்து கண்களையும், மூக்கையும் சுருக்கிய முகிலன், "மரத்தில் சின்னச் சின்ன இலைகள் எல்லாம் முளைக்க நமது இடத்துக்குத் திரும்பி வந்துவிடும்" என்று அழகாக விளக்கினான்.

"அத்தோடு நாங்கள் திரும்பி வந்துவிட்டோம், வந்துவிட்டோம் என்று அதிகாலையில் கீச், கீச் என்று சத்தமெல்லாம் எழுப்பிக் காட்டும்" என்றான் முகிலன் சிரித்துக் கொண்டே...

"நானும் கேட்டிருக்கிறேன்... இன்று காலையில் எங்கள் வீட்டு ஆப்பிள் மரத்தில் இருந்து கொண்டு ஒரே சத்தம் போட்டுக் கதைக்கின்றன" என்றான் லெவின்.

"மாலையிலும் ஒரே பாட்டுத்தான்" என்றாள் மெலனி சிரித்துக் கொண்டே.

"பார்த்தீர்களா? தாங்கள் பறந்து செல்லும் நாட்டிலுள்ள நண்பர்களையும் அழைத்து வந்து நமக்கு காட்டுகின்றன" என்றான் முகிலன்.

யாவரும் "ம்...ம்..." என்று ஆமோதித்தனர்.

"இந்தப் பறவைக்குப் பெயர் என்னவாக இருக்கும்?" என்றாள் மெலனி.

"எனக்குத் தெரியாது! ஆனால் அப்பாவிடம் கேட்டால் சொல்லுவார்" என்றான் முகிலன்.

"ம்... ... இப்போது நாம் ஒரு பெயர் வைப்போம்" என்ற முகிலன்.

"என்ன பெயர் வைக்கலாம்? என்று யாவரும் பறவை மேல் கண் வைத்தவாறே யோசித்தனர்.

அப்போது அந்தச் சின்னப் பறவை தனது குட்டித்தலையை இவர்கள் பக்கம் திருப்பியது.

"ஷ்..." என்று ஆட்காட்டி விரலை வாயில் வைத்து "சத்தம் போடாதீர்கள்!" என்று உடல் மொழி பேசிய முகிலனைத் தொடர்ந்து யாவரும் அந்த வண்ணப் பறவையை மேலும் உற்று நோக்கினர்.

சில நிமிடங்கள் இவர்களைப் பார்த்த பறவை "ஹிக்கி", "ஹிக்கி" என்று அடித் தொண்டையால் கத்தியபடியே பறந்து சென்றது.

இறக்கைகளை உந்தி உந்திப் பறக்கும் நீலப்பறவையைப் பார்த்துக்கொண்டிருந்தனர் யாவரும்...

அப்போது தமிழினி சொன்னாள் "பறவையின் பெயர் கண்டுபிடித்து விட்டேன், நான் கண்டு பிடித்துவிட்டேன்"

"என்ன பெயர்?" என்றனர் பறவையிலிருந்து தமிழினி நோக்கிக் கழுத்தைத் திருப்பிய யாவரும்...

"நீல ஹிக்கி" என்றாள் தமிழினி.

"நல்ல பெயர் தான்" என்றான் லெவின்.

"அப்பாவிடம் போய் "நீல ஹிக்கி" பற்றி கேட்டு வந்து சொல்கிறேன்" என்ற முகிலன் "பிரண்ட்ஸ் கூட புதிய நாட்டுக்கு வரும் பறவைகள் யாவும் மகிழ்ச்சியாக இருப்பதில்லையென்று அப்பா சொன்னார்" என்றான்.

"ஏன்?" என்றாள் தமிழினி.

"அதுக்கு இந்த சூடு, குளிர், தண்ணீர், சாப்பாடு எல்லாமே ஒத்து வராதாம்... இதனால் சிலதுக்கு நோய் வருமாம், சிலது இறந்தும் விடுமாம்"

"ஐயையோ..." என்றாள் மெலனி.

"ம்... பிரண்ட்ஸ் கூட பறந்து வரும் வழியில கூட சிலதுகள் இறந்து விடுமாம்..."

"அதுபோல குளிர் வரும் போது சூடான நாட்டுக்குச் செல்லும் நம்ம பறவைகள் சிலதுகளும் இறந்துவிடுமாம்..."

"எவ்வளவு பாவம்?" என்றாள் அச்சு.

"ஆமாம்" என்றனர் யாவரும்.

"எஞ்சிய பறவைகள் மீண்டும் வந்து கூடு கட்டிக் குஞ்சு பொரித்து மகிழ்ச்சியாக பாட்டுப்பாடி வாழ்கிறது" என்று அப்பா சொன்னார்.

"முகிலா... உங்கள் அப்பாவுக்கு எப்படி இந்தக் கதையெல்லாம் தெரியும்?: என்று கேட்டான் லெவின்.

அப்பா நிறைய புத்தகங்கள் வாசிப்பார். "எங்கள் வீட்டில் ஒரு குட்டி நூலகம் உண்டு. ஞாயிற்றுக்கிழமை என்றால் மதிய சாப்பாட்டுக்குப் பின்னர் நானும் அப்பாவும் நூலகத்தில் இருப்போம். ஒவ்வொரு முறையும் தான் வாசித்த ஏதாவது ஒன்றை சூப்பராகக் கதையாய்ச் சொல்வார்" என்றான் முகிலன்.

"இன்னும் என்ன என்ன கதை உனக்குத் தெரியும்? என்றாள்?" தமிழினி.

"நிறைய" என்று கண்களை விரித்துப் பெரியவன் தோரணையில் பேசினான் முகிலன்.

"நாங்களும் உங்கள் அப்பாவிடம் கதை கேட்கலாமா?" என்றாள் மெலனி.

"ஆமாம்... இந்த வாரம் 'வானவில்' கதை சொல்வார்" என்றான் முகிலன்.

"வானவில் கதையா?" என்றான் லெவின்.

"ம்" என்ற முகிலன் தரையில் கைகளினால் கற்களை நீக்கி மணலில் வளைவான ஏழு கோடுகளை வரைந்து இது பற்றி என்றான்.

"எனக்குத் தெரியும், எனக்குத் தெரியும்" என்றனர் யாவரும்...

லெவினும் "எனக்கும் தெரியுமே... ஏழு கலர்ல வானத்தில் ஜோராக இருக்கும்" என்றவன், "நானும் கதைகேட்க வருகிறேன்!" என்றான்.

முகிலன் துள்ளியெழுந்து பந்தை தரையில் எறிந்தபடியே "எல்லாரும் வாங்க 'நீல ஹிக்கி' பற்றியும் கேட்போம்!" என்றவாறே ஹிக்கி, ஹிக்கி என்றான் வானத்தை நோக்கி....

மற்றையவர்களும் கலகலத்தபடி ஹிக்கி, ஹிக்கி என்றவாறே பந்தின் பின் ஓடினர்.

3

மா மரம்

பிள்ளைகளே ! இப்போது காலை உணவு இடைவேளை... எல்லாரும் உங்களது உணவுப்பையை எடுத்துக் கொண்டு அமருங்கள்'' என்றார் ஆசிரியை சந்திரா.

மதுரா, குமரன், டிலா, ஆமினா யாவரும் ஒன்றன் பின் ஒன்றாக ஓடிச் சென்று மாட்டியிருந்த உணவுப்பைகளைத் தூக்கிக் கொண்டு வந்தனர்.

விளையாட்டுப்பள்ளியின் பன்னிரண்டு பேரும் அமர்வதற்காகப் பாம்பு போன்ற நீள் வடிவத்தில் சிறிய சிறிய வண்ணக்கதிரைகளையும் பெரிய பெட்டி போன்ற மேசைகளையும் அடுக்கி வைத்திருந்தார் ஆசிரியை சந்திரா...

கலகலவென்று சிரித்துக் கொண்டே யாவரும் அமர்ந்து பைகளைத் திறந்தனர்.

மதுராவின் சாப்பாட்டுப் பெட்டிக்குள் சிவப்பு நிற ஆப்பிள் பழத்துண்டுகள் இருந்தன.

ஆமினாவின் பெட்டிக்குள் தோல் சீவிய காரட் இருந்தது. ஆமினா காரட்டை தனது மூக்கின் மேல் வைத்து அழகு காட்டினாள்.

எல்லோரும் கல,கல என்று சிரித்தனர்...

டிலாவின் பெட்டியுள் சிறிய வாழைப்பழங்கள் இரண்டு இருந்தன. அவள் ஒன்றை எடுத்துக் காதில் பொருத்தித் தொலைபேசியில் பேசுவது போலப் பேசினாள்.

மீண்டும் சிரிப்பொலி...

குமரன் பெட்டியைத் திறந்தான். அதனுள் ஒரு சிறிய மாம்பழம்...

கண்களை விரித்தவன்... நேற்று வீட்டில் நடந்ததை நினைவுபடுத்திப் பார்த்தான்.

அப்பா வீட்டுப் பொருட்களை வாங்கக் கடைக்குச் சென்றார். குமரன் தனக்கு மிகவும் பிடித்த மாம்பழத்தை வாங்கி வருமாறு அப்பாவிடம் சொல்லியிருந்தான். அந்த மாம்பழம் இப்போது முழுமையாக உணவுப் பெட்டியில் இருந்தது.

குமரன் மஞ்சள் நிற மாம்பழத்தை மூக்கின் அருகில் எடுத்துச் சென்று வாசம் பிடித்தான். மற்றையவர்களும் மாம்பழம் அருகில் வந்து ''ம்... ம்... எவ்வளவு வாசம்'' என்று கண்களை மூடி மூக்கை இழுத்தனர்.

அருகில் வந்த ஆசிரியை சந்திரா...

''ஓ... மாம்பழமா?'' என்றவாறு வெட்டுவதற்குக் கத்தியை எடுத்து வந்தார்.

தோல் சீவி மாம்பழத்தைத் துண்டுகளாக வெட்டிக் குமரனின் உணவுப் பெட்டியுள் போட்டார்.

''ஆ... பெரிய மாம்பழக் கொட்டை'' என்று கண்களை விரித்தாள் ஆமினா...

''ஆமாம்... பெரிய கொட்டை'' என்றனர் யாவரும்.

ஆசிரியை சந்திரா சிறிய கண்ணாடிக் குவளையின் மேல் கரண்டியால் டிங் டிங், டிங் டிங் என்று தட்டினார்.

சிறார்கள் யாவரும் அமைதியாக ஆசிரியை சந்திராவைக் கவனித்தனர்.

''பிள்ளைகளே!

நாம் விளையாட்டுப்பள்ளியில் ஆரோக்கியமான உணவுகளையே உண்ணுகின்றோம். இன்று குமரன் மாம்பழம் கொண்டு வந்தான்.

இந்த மாம்பழும் யார் யாருக்கெல்லாம் பிடிக்கும்''

லூக்காவைத் தவிர யாவரும் பிடிக்குமென்று ஆட்காட்டி விரலைத் தூக்கிக் காண்பித்தனர்.

''லூக்கா! உனக்கேன் பிடிக்காது?'' என்றார் ஆசிரியை சந்திரா.

''அதன் மணம் பிடிக்காது'' என்றான் லூக்கா.

"ஓ... அப்படியா? சரி.

பிள்ளைகளே இதன் கொட்டையைப் பார்த்தீர்களா?

எத்தனை பெரியது...?

இதனை நாம் முளைக்க வைப்போமா?'' என்றார் ஆசிரியை சந்திரா.

''முளைக்க வைப்பதா?'' என்றான் அல்பட்.

''ஆமாம்!''

''இதனை நாம் மண்ணில் புதைத்துச் சிறிதளவு தண்ணீர் விட்டுச் சூரிய ஒளி படுமிடத்தில் வைத்தால், சில நாட்களில் மாம்பழக்கன்று முளைக்கும்'' என்றார்.

''ஆ...'' என்று யாவருமே புரியாது விழித்தனர்.

''சரி, பிள்ளைகள் எல்லாரும் சாப்பிட்ட பிறகு மாம்பழக் கொட்டையை முளைக்க வைக்கலாம்'' என்று சொன்னார் ஆசிரியை.

இடைவேளை முடிந்த பிற்பாடு சிறார்கள் மீண்டும் தமது உணவுப்பையை உரிய இடத்தில் மாட்டினர். அவர்களை அழைத்த ஆசிரியை சந்திரா, ஒரு பெரிய மேசையின் மீது பழைய கண்ணாடிப் போத்தல், மண், தண்ணீர், மாங்கொட்டை யாவற்றையும் தயாராக வைத்திருந்தார்.

பிள்ளைகள் யாவரும் மேசையைச் சுற்றி நின்று பொருட்களின் பெயர்களைச் சொல்லிச் சொல்லிப் பார்த்தனர்.

''பிள்ளைகளே! இந்தப் பொருள் என்ன என்று தெரியுதா?''

''ஆம்'' என்றனர் கோரசாக...

''மகிழ்ச்சி ...

முதலில் போத்தலில் மண்ணை இடவேண்டும்...

யார் மண்ணை போத்தலுள் நிரப்புகிறீர்கள்?'' என்றார் ஆசிரியை.

டொமினிக் முன்னே வந்தான்...

''ஓ... டொமினிக், இந்தப் போத்தலுள் மண்ணை அள்ளி அள்ளிப் போடு'' என்றார் ஆசிரியை.

மிகவும் கவனமாக மண்ணைக்கிள்ளிக் கிள்ளிப் போத்தலுள் போட்டான் டொமினிக்...

''யார் சிறிதளவு தண்ணீர் விடுகிறீர்கள்?'' என்று ஆசிரியை கேட்ட போது...

டிலா ''நான்'' என்றாள்.

சிறிய குவளையால் குளிர்ந்த தண்ணீரை மண்மீது மெல்ல மெல்ல விட்டாள்.

''இப்போது பார்த்தீர்களா?''

''இந்தக் காய்ந்த மண் தண்ணீர் பட்டு ஈரமாக மாறிவிட்டது'' என்றார் ஆசிரியை.

எல்லோரும் போத்தலுள் தமது சிறிய விரல்களில் ஒன்றைவிட்டுத் தொட்டுத்தொட்டுப் பார்த்தனர்.

''ம் ம்... ஈரமான மண்'' என்றனர்.

''இப்போது குமரன் தனது மாம்பழத்தின் கொட்டையை இந்த மண்ணுள் புதைக்கப் போகிறான்'' என்றார் ஆசிரியை சந்திரா.

குமரன் தனது சிறிய மாம்பழத்தின் கொட்டையை மூன்று விரல்களால் எடுத்து ஈரமான மண்ணுள் புதைத்தான்.

யாவரும் மிகவும் சுவாரசியமாக மண்ணையும், மாங்கொட்டையையும் கண் விரித்துப் பாரத்துக் கொண்டிருந்தனர்.

''மாங்கொட்டையை இப்போது காணவில்லை...

பார்த்தீர்களா?'' என்றார் ஆசிரியை சந்திரா சிரித்துக் கொண்டே.

யாவரும் ''ஆ...'' என்று சந்தமிட்டவாறே கலகலவென்று சிரித்தனர்.

ஆசிரியை சிறிதளவு மண்ணை மேலும் போத்தலுள் இட்டு ''மதுரா! கொஞ்சம் தண்ணீர் விடு'' என்றார்.

மதுரா சிறிதளவு தண்ணீரை விட்டாள்...

''இப்போது மாங்கொட்டையை மண்ணுள் புதைத்து தண்ணீரும் ஊற்றியுள்ளோம். இதனை நமது பள்ளியறையில் யன்னலோரம் சூரிய ஒளி படுமாறு வைப்போம்...'' என்று ஆசிரியை முடிக்கும் முன்...

''ஏன் சூரிய ஒளி'' என்றான் குமரன்

''ஒரு செடி வளர மண், தண்ணீர், சூரிய ஒளி அவசியம் குமரா.

நாம் உயிர் வாழத் தண்ணீர், உணவு, வீடு தேவை போல...'' என்றார் ஆசிரியை சந்திரா.

சிறார்களுக்கு மிகவும் சுவாரசியமாக உள்ளது என்பதை அவர்களது அகல விரித்த கண்களும், அமைதியும் சுட்டிக்காட்டின.

''சரி பிள்ளைகள்!

நம்மோடு விளையாட்டுப்பள்ளியில் இருப்பதற்குப் பிடித்தால் மாங்கன்று முளைக்கும்'' என்றார் ஆசிரியை சந்திரா.

நாட்கள் கடந்தன...

ஒவ்வொரு நாளும் ''மாங்கன்று முளைத்து விட்டதா?'' என குமரன் பார்ப்பதற்குத் தவறுவதில்லை.

அன்று வாரவிடுமுறை...

சனியும், ஞாயிறும் மாங்கன்றைப்பற்றியே குமரன் யோசித்துக் கொண்டேயிருந்தான்.

திங்கள் காலை அவசர அவசரமாக ''வாங்க விளையாட்டுப்பள்ளிக்குப் போவோம்'' என்று தாயை நச்சரித்துக் கொண்டேயிருந்தான்.

தாயும் ''பொறு குமரா! ஒன்பது மணிக்கே பள்ளி... இப்போதுதான் எட்டு மணி'' என்றார்.

பொறுமையின்றித் தவித்த குமரன் ஒருவாறு விளையாட்டுப்பள்ளிக்கு வந்து சேர்ந்த போது மதுரா, லூக்கா இருவரும் வாசலுக்கு ஓடிவந்து ''எங்களோடு விளையாட்டுப்பள்ளியில் விளையாட மங்கோ மரத்துக்கும் விருப்பம்'' என்று கூறி கலகல என்று மகிழ்ச்சியாகச் சிரித்தனர்.

குமரன் துள்ளிக்குதித்து வகுப்புக்குள் ஓடினான். குட்டியான மாங்கன்று குமரனைப் பார்த்தது!

''மாமரம், மாமரம்'' என்று மேலும் கீழும் குதித்தான் குமரன்...

வகுப்பறைக்குள் வந்து நுழைந்த மற்றைய நண்பர்களும் 'மாமரம், மாமரம்' என்று சத்தமிட்டவாறு மேலும் கீழும் குதித்தனர்.

4

மீன் தொட்டிக்குள் மீமோ

அதிகாலைச் சூரியனின் ஒளி பள்ளியின் சன்னல் கண்ணாடிகளில் பட்டுத்தெறித்து வகுப்பறையில் குட்டி மாநாடு நடத்திய ஆதவனின் முகத்தில் குடிகொண்டது. எதையுமே கண்டு கொள்ளாது நண்பர்களுடன் கண்களை உருட்டி உருட்டிக் கதை பேசினான் ஆதவன்.

'எத்தனை மீன்கள்?' என்றான் அல்பட்.

'ஒன்றே ஒன்று' என்றான் ஆதவன்.

'என்ன நிறம்?' என்றான் ஐடீன்

'அது வந்து... ம்... ஒரு ஆரஞ்சு நிறம் போல... இல்ல இல்ல இந்த சூரியன் நிறம் போல' என்று கண்ணாடிகளில் பட்டுத் தெறிக்கும் சூரிய ஒளிக்கதிர்களை நோக்கிக் கண்களைச் சுருக்கியவாறே கைவிரலை நீட்டிக் காண்பித்தான் ஆதவன்.

'ஓ... கோல்ட் நிறமா?' என்றாள் ஜஸ்மின்.

'ம்...ம்...' என்று மேலும் கீழுமாகத் தலையசைத்தான் ஆதவன்.

'எங்கு வாங்கினாய்?' என்றாள் ஜஸ்மின்.

'ஹா... ஹா...' என்று சிரித்துக் கொண்டே ஆதவன் சொன்னான், 'நானும் அப்பாவும் மாலைப்பொழுதில்

நடைப்பயிற்சிக்கு செல்லும் போது ஓடையில் வாத்துகள், அன்னங்கள், மீன்கள் யாவற்றையும் பார்த்தோம்'

அப்போது ஒரு தாத்தா தூண்டிலால் மீனைப் பிடித்துப் பிடித்து மீண்டும் தண்ணீரிலேயே விட்டுக் கொண்டிருந்தார்.

'ஏன் மீனைப்பிடித்து தண்ணீரிலேயே விடுகின்றீர்கள்?' என்றேன்.

ஒன்றுமே சொல்லவேயில்லை அந்தத் தாத்தா.

எனக்கும் மீன் பிடிக்க வேண்டுமென்ற ஆசை வந்தது.

அடுத்த நாள்...

அப்பாவும், நானும் தூண்டிலை எடுத்துச் சென்று மீனைப் பிடித்தோம். ஒரு மணிநேரம் தூண்டில் போட்டுப்போட்டுக் கடைசியாக ஒரு அழகனான குட்டி மீனைப் பிடித்தோம்.

'ஓ... அது தான் உன் வீட்டில் உள்ள மீமோவா...' என்றான் ஐடின்.

'ஆமான்டா! உனக்கு எல்லாமே ரொம்ப லேட்டாகத்தான் புரியும்' என்றாள் பெரிய மனுசிபோல ஜஸ்மின்.

"கடைக்குப் போய் சின்னதாக ஒரு கண்ணாடித் தொட்டி, பிறகு அதற்கு உணவு எல்லாம் வாங்கி வந்தோம்."

'இரண்டு நாளாக அந்த தொட்டிக்குள் மேல, கீழ என்று நீந்தி நீந்தி ரொம்ப அழகு காட்டுது மீமோ...' என்றான் மகிழ்ச்சியுடன் ஆதவன்.

பாரதி மட்டும் பதிலேதும் சொல்லாது கண்களில் சோகத்துடன் மௌனமாக கேட்டுக் கொண்டிருந்தாள்.

'ஆதவா, எங்களுக்கு உன் மீமோவை எப்போது காட்டுவாய்?' என்றான் ஆசையுடன் அல்பட்.

நாளை புதன் கிழமை.

'பிற்பகல் விடுமுறைதானே? உங்கள் அம்மாவிடம் கேட்டுவிட்டு வீட்டுக்கு வாருங்கள்!' என்றான் ஆதவன்.

'நான் வருகிறேன்' என்றாள் ஆள்காட்டி விரலை உயர்த்தி ஜஸ்மின்.

'நானும்' என்றான் ஐடின்

'நானும்' என்றான் அல்பட்

'பாரதி... நீ...?' என்றாள் ஜஸ்மின்.

'நான் வரவில்லை' என்றாள் பாரதி வெடுக்கென.

இப்போது யாவரும் அவளைச் சுற்றிக் கொண்டனர்.

'ஏன்?' என்றான் ஆதவன்.

'உங்கள் வீட்டில் விடமாட்டார்களா?' என்றான் கவலையுடன்.

'இல்லை... எனக்குத்தான் பிடிக்கவில்லை' என்றாள் பாரதி.

'ஏன்?' என்றனர் யாவரும் கோரசாக...

'அதுவா?'

'அந்தக் குட்டி மீன் பாவம் இல்லையா? அதற்கு அப்பா, அம்மா எல்லாரும் இருந்திருப்பாங்க. நம்மைப்போல பிரன்ட்ஸ் கூட இருந்திருப்பாங்க... இப்போது உங்கள் வீட்டில தனியாக இருக்கிறது. பாவமாக இருக்கு' என்றாள் பாரதி கண்களில் நீருடன்.

மூக்கை இழுத்துக் கொண்டே தொடர்ந்து பேசிய பாரதி...

'அந்த மீமோட வீடு பெரியது... உன் வீட்டில் குட்டில் கண்ணாடித் தொட்டியில் எப்படி நீந்த முடியும்? அதற்கு நம்மைப்போல பேசவும் தெரியாது... அதுதான் மேலேயும் கீழேயுமாக நீந்திநீந்திக் கஷ்டப்படுது' என்றாள் பாரதி.

ஆதவன் முகம் சிவந்தது.

'ஜஸ்மின், அல்பட், ஐடின் யாவரும் பாரதியின் அருகில் நின்று கொண்டு ஆதவனைக் கோபமாகப் பார்த்தனர்.

'பாரதி சொல்வது சரிதானே' என்றாள் ஜஸ்மின்.

'நம்மை யாராவது பிடித்துக் கொண்டு குட்டி அறையில் அடைத்து வைத்துச் சாப்பாடு தந்தாலும் நம் வீடு போல் வருமா? நம் அப்பா, அம்மா, தம்பி, பாட்டி எல்லாரும் எவ்வளவு கவலையோட தேடுவாங்க... அழுவாங்க... குட்டி மீனையும் அப்படித்தானே தேடுவாங்க, அழுவாங்க...' என்றாள் ஜஸ்மின்.

'ஓ... அதுதான் தாத்தா மீனைப் பிடித்துப் பிடித்துத் தண்ணீரில் விட்டாரோ' என்று யோசித்தான் ஆதவன்.

'என்ன ஆதவா?' என்று தோளைக் குலுக்கினான் அல்பட்.

'உண்மைதான் பாரதி!'

மீமோ தொட்டிக்குள் போட்ட உணவு எல்லாமே ஒரு மூலையில் ஒதுங்கிக் கிடந்தது.

அப்பாவிடம் கேட்டேன். 'அதற்கு இந்த உணவு தின்று பழக்கமில்லை, கொஞ்ச நாளில் பழகிவிடும்' என்றார்.

அம்மா மட்டும் திட்டினார்.''

'ஏன்?' என்றாள் பாரதி.

''ஓடையில வாழ்கிற மீனைத் தொட்டியில் அடைத்து வைத்து வளர்ப்பது நல்லதல்ல'' என்றும், ''இதெல்லாம் நல்ல பொழுதுபோக்கு இல்லை''யென்றும் சொன்னார்.

'ஓ... உங்க அம்மா நல்லவங்க' என்றாள் பாரதி.

'எங்க அப்பாவும் நல்லவர்தான்... நான் தான் அடம்பிடித்து மீமோவை வீட்டுக்குக் கொண்டு வந்தேன். என் மேல் வைத்த அன்பில் அப்பா ஒத்துக்கொண்டார்' என்றான் ஆதவன் வருத்தத்துடன்.

'சரி இப்போது என்ன செய்யலாம்?' என்றாள் ஜஸ்மின்.

எல்லோருடைய காதுக்குள்ளும் இரகசியம் பேசினான் ஆதவன். ஆனால், பாரதியிடம் மட்டும் எதுவுமே சொல்லவேயில்லை.

ஆதவனின் செயலால் கோபப்பட்ட பாரதி "விர்" என தனது இருக்கையில் அமர்ந்து கொண்டாள்.

மறுநாள் வகுப்பறைக்குள் நுழைந்த ஆதவன் பாரதியின் வருகைக்காகக் காத்திருந்தான்.

வகுப்புக்குள் நுழைந்த பாரதி ஆதவனைப் பாராத்து 'குட்மோனிங்' என்று சொல்லியவாறே தனது இருக்கையை நோக்கிச் சென்றாள்.

பாரதியிடம் சென்ற ஆதவன், 'இப்போது குட்டி மீன் எங்கே? என்று சொல் பார்க்கலாம்' என்றான்.

அதேசமயம் அல்பட், ஐடின், ஜஸ்மின் யாவரும் இவர்களைச் சுற்றிச் சூழ்ந்து கொண்டனர்.

யாவரும் ஒருமித்த குரலில், 'சொல் பார்க்கலாம்!' என்றனர் கண்களை விரித்து.

பாரதி... சற்று மிரண்டுதான் போனாள்...

'ஆ... தெரியல்ல, ஆனால் உன் வீட்டில் இல்லை' என்றாள் புத்திசாலி பாரதி.

'ஆமாம், என் வீட்டில் இல்லை. இப்போது மீமோ அவங்க வீட்டில்...' என்ற ஆதவன் கல கல என்று சிரித்தான்.

'ஆ... உண்மையாகவா? நன்றி ஆதவா...!' என்ற பாரதி மகிழ்ச்சியுடன் ஆதவனை அணைத்துக் கொண்டாள்.

'உங்களுக்கு எப்படித் தெரியும்?' என்றாள் சுற்றி நின்றவர்களைப் பார்த்து.

'நாங்கள் நேற்று மாலை ஆதவன் வீட்டுக்குப் போனோம். குட்டிப் போத்தலில் மீமோவை எடுத்துக் கொண்டு போய் ஓடையில் விட்டோம். ஆதவனின் அம்மாவும் எங்களுடன் வந்தார்' என்றான் அல்பட்.

'ஓ... இதைத்தான் இரகசியமாக பேசினீர்களா? திருடர்களே...' என்றாள் சிரித்துக் கொண்டே பாரதி.

பாரதி, 'மீமோ ஓடையில் குதித்து மகிழ்ச்சியுடன் சென்றது... பார்க்கவே அழகாக இருந்தது' என்றாள் ஐஸ்மி.

'மீமோ நன்றி கூட சொல்லிச்சு தெரியுமா?' என்றான் அல்பட்.

'எப்படி?' என்றனர் மற்றைய யாவரும்.

முதுகை வளைத்துத் தனது இடுப்பைப் பக்கவாட்டில் ஆட்டி ஆட்டி 'இப்படித்தான்' என்றான் அல்பட்.

'வாலை அசைத்து அசைத்து நீந்திச் சென்றதைச் சொல்கிறான்' என்ற ஐஸ்மின்,

'நாங்களும் பாரதிக்கு 'மீமோ போல நன்றி சொல்வோமா?' என்றாள்.

'ஓ...' என யாவரும் தமது முதுகை வளைத்து இடுப்பை அசைத்து அசைத்துச் சிரித்தனர்.

5

பேசும் சைக்கிள்

"அம்மா ,அம்மா! இன்று விடுமுறைதானே! குமாரும், கத்தரினும் என்னைச் சைக்கிள். ஓட்டக் கூப்பிடுகிறார்கள் போகட்டுமா?'' என்றான் முகிலன்.

"முகிலா! முதலில் நீ விளையாடிய விளையாட்டுப் பொருட்களைஉரிய இடத்தில் வைத்துவிட்டுப் போ!" என்றாள் அம்மா.

முகிலன் மகிழ்ச்சியுடன் வீட்டின் முன்னேயுள்ள விளையாட்டுத் திடலில் சைக்கிளில் அங்கும் இங்குமாக வேகமாகப் பறந்தான். ஆனால் திடீரென சைக்கிளில் கிரீச், கிரீச் என்ற சத்தம்.

"என்ன சத்தமிது?" என்று சைக்கிள் ஓட்டியவாறே தனது நண்பர்களைக் கேட்டான்.

"முகிலா... உனது சைக்கிள் பழையதாகிவிட்டது" என்றனர் கோரசாக...

"இல்லையே... எனது ஐந்தாவது பிறந்த நாளுக்கு அப்பா வாங்கித் தந்தது" என்றான் முகிலன்.

"அப்படியா?" என்றாள் கத்தரின்.

"அப்படியெல்லாம் தெரியவில்லை'' என்றவள், "ஒரு போட்டி வைப்போமா?" என்றாள்.

எல்லாரும் "சூப்பர்" என்று கத்தினார்கள்.

"எல்லாரும் இந்தத் தண்ணீர்த் தொட்டியிலிருந்து அதோ தெரிகிறதே மாடுகள் வரை ஓட வேண்டும். யார் முதலில் வருகிறோம் என்று பார்ப்போம்'' என்றான் குமார்.

எல்லாரும் வேகமாகச் சைக்கிளை மிதித்து மிதித்து ஓட்டினார்கள்.

முகிலனால் மட்டும் ஓட்டவே முடியவில்லை...

"கிரீச் கிரீச்" என்று பலத்த சத்தம் போட்டது சைக்கிள்.

"சீ..." என்றவன் கோபத்துடன் சைக்கிளை விட்டிறங்கி தடாரென கீழே போட்டான்.

"ஏன் கோபப்படுகிறாய் முகிலா...' என்றது சைக்கிள்.

"ஆ... சைக்கிள் பேசுதே ..."

"நான் உன் தோழன், அதனால் நான் பேசுவது உனக்குக் கேட்கும்" என்றது சைக்கிள்.

"அப்படியா?" என்ற முகிலன் "ஏன் கிரீச் கிரீச் என்று சத்தம் போடுகிறாய்?" என்றான்.

"என் உடல் வலிக்கிறது முகிலா... உனது பாரத்தை என்னால் தாங்க முடியவில்லை..."

"என்ன சொல்கிறாய்?" என்றான் முகிலன் புரியாமல்.

"ஆமாம்.! இப்போது நீ குண்டாகி விட்டாய். அதனால் உன் பாரத்தை என்னால் சுமக்க முடியவில்லை. அந்த வேதனையில் நான் கிரீச் கிரீச் என்று கத்துகிறேன்"

"ஆ..." என்று விழித்தான் முகிலன்.

"நீ பள்ளி செல்லும் போது நிறைய இனிப்புகளை உண்கிறாய், விளையாடும் போதும் இனிப்பு, பிஸ்கட், சிப்ஸ் என்று கொண்டு வந்து உண்கிறாய். இப்படி ஆரோக்கியமற்ற உணவுகளை உண்டு உண்டு குண்டாகி விட்டாய். என்னால் உன் பாரத்தைச் சுமக்கவே முடியவில்லை" என்று சொல்லி வருத்தப்பட்டது சைக்கிள்.

முகிலன் ஒன்றுமே பேசாது வருத்தத்துடன் நின்றான்.

அப்போது அருகில் வந்த நண்பர்கள், "ஏன் நீ வரவில்லை? ஓ...உனது சைக்கிள் சத்தம் போடுது. அதனால் ஓட்ட முடியவில்லையா?" என்றனர்.

"உம்" என்றவன் வீட்டுக்குப் புறப்பட்டான்.

கதவின் மணியை அழுத்தியவனை ஆச்சரியத்துடன் பார்த்த அம்மா...

"என்ன முகிலா? நான்கு மணியாகவில்லையே அதற்குள் வந்துவிட்டாய்" என்றாள்.

"ஒன்றுமில்லை... அம்மா" என்றவன் அறைக்குள் சென்று சுவரில் உள்ள கண்ணாடியில் தன்னைப் பார்த்தான்.

அவனது உருண்டை முகமும், குட்டிப்பானை போன்ற வயிறும் தெரிந்தது.

"சைக்கிள் சொன்னது போல நான் குண்டுதான். அம்மா தரும் பழங்கள், காய்கறிகள் போன்ற உணவுகளை உண்ணாமல் சாக்லெட், பிஸ்கட், சிப்ஸ் போன்ற உணவுகளை உண்டதால் குண்டாகி விட்டேன். ஆசிரியை மரியாவும் சொன்னார்களே, ஆரோக்கியமான உணவுகளை உண்ண வேண்டும், விளையாட வேண்டும், அப்போதுதான் கல்வி கற்க உற்சாகம் கிடைக்கும் என்று... ம்..." என்று வருத்தப்பட்டான் முகிலன்.

"முகிலா... முகிலா... உனக்குப் பிடித்த சாக்லேட், கேக் வேண்டி வந்துள்ளேன். வா... சாப்பிடு" என்றார் அப்பா.

"இல்லையப்பா... எனக்கு வேண்டாம். நான் குண்டாகி விட்டேன். இனிமேல் அம்மாவும், மரியாவும் சொன்னது போலவே ஆரோக்கியமான உணவுகளை உண்பேன்" என்றான் மகிழ்ச்சியுடன்.

"யார் சொன்னது நீ குண்டுப்பையன் என்று?" அப்பா கவலையுடன் கேட்டார்.

"எனது சைக்கிள்... அப்பா"

"சைக்கிளா?" என்றார் அப்பா சிரிப்புடனே...

"ம் " என்றவனைக் கட்டியணைத்து அப்பா, "சைக்கிள் பேசாது முகிலா. நீ நேற்றுப் பார்த்த படத்தில் கரடியின் சைக்கிள் சொன்னது உனக்கு ஞாபகம் வந்துள்ளது அவ்வளவுதான்" என்றார் அப்பா.

"ஆமாம் அப்பா!" என்றான் கல கல என்று சிரித்துக் கொண்டே...

"ஆனாலும் நான் இனி ஆரோக்கியமான உணவுகளையே உண்பேன்" என்றவன், சைக்கிளில் யாவரையும் முந்திக்கொண்டு ஓட்டும் தன்னைக் கற்பனை செய்தான் முகிலன்.

6

கிழவி நன்றி இல்லாதவளா...?

கிழவி கத்தரின் கொட்டிச் சென்ற ஆப்பிள் மற்றும் சலாட் இலைகளைத் தின்ன மனமின்றி செம்மறியாடு சிம்போ ஒரு ஓரமாக ஒதுங்கி நின்றது.

சிம்போவின் தோழர்களான கும்பி, சிங்கி, கங்கி யாவரும் மே.., மே... என்று கிழவி கத்தரினுக்கு நன்றி சொல்லிக் கொண்டே அங்கும் இங்குமாக துள்ளித் துள்ளி புற்களையும், ஆப்பிள் காய்களையும், பழங்களையும், சலாட் இலைகளையும் தின்று கொண்டு மகிழ்ச்சியின் உச்சத்தில் இருந்தன.

செம்மறியாடு சிம்போ தனது தோழர்களை ஏக்கமாகப் பார்த்து மிகவும் சோகமாக 'மே.. மே...' என்று கத்தியது.

'இந்தக் கிழவி நம்மை எதற்காக வளர்க்கிறாள்? என்று தெரியவில்லையே இவர்களுக்கு. இவ்வளவு அப்பாவியாக இருக்கிறார்களே...' என்று கவலைப்பட்டது செம்மறியாடு சிம்போ.

'நேற்று இரவு தூக்கம் வராது விழித்த போது, தாகத்துக்காக தண்ணீர் கூட வைக்காது கிழவி கத்தரின் தூங்கிவிட்டாளோ என்று பட்டியை விட்டு அவளது வீட்டு வாசலுக்கு போன போதுதானே எனக்குப் புரிந்தது கிழவியின் நோக்கம்.

கிழவி யாரோ இரண்டு பேருடன் பேசிக் கொண்டிருந்தாள்.

'நான்குதான் இப்போது பெரிதாக இருக்கிறது. ஒவ்வொன்றும் பத்து கிலோவரும். மற்றவை சின்னக்குட்டிகள். நாளைக்கு வாருங்கள். அல்பட்டின் இறைச்சிக்கடையில் கொடுத்து வெட்டி பக்கட் செய்து வைக்கிறேன்' என்றாள்.

'ஐயோ... இந்தக்கிழவி அன்பாகக் கதைப்பதும், தடவிக் கொடுப்பதும் எல்லாம் உண்மையான அன்பென்று நினைத்து கும்பி, சிங்கி, கங்கி எல்லாரும் எப்படி மகிழ்ந்திருந்தோம். கிழவிக்குத் தொல்லை கொடுக்காது எப்படியெல்லாம் இருந்தோம்.

பால் கொடுத்தோமே, மயிர்கொடுத்தோமே... கும்பி, சிங்கி அழகான குட்டிகள் நான்கையும் கொடுத்தோமே... நன்றிகெட்ட கிழவி எங்களைக் கொல்வதற்குத் துணிந்து விட்டதே' என்று மனசுக்குள் வருந்தியது செம்மறியாடு சிம்போ.

செம்மறியாடு கங்கி ஒரக்கண்ணால் செம்மறியாடு சிம்போவை பார்த்தது.

"என்னாச்சு இவனுக்கு? உற்சாகமேயில்லையே..." என்று யோசித்தவாறு செம்மறியாடு சிம்போ அருகில் வந்தது.

"என்ன நண்பா? சோகமாய் இருக்கிறாய்" என்றது அன்போடு...

தாடை அசையக் கண்கலங்கக் கங்கியைப் பார்த்த செம்மறியாடு சிம்போ கிழவி பேசியதையெல்லாம் வருத்தமாகச் சொல்லி முடித்தது.

இருவரது சத்தத்தையும் காணவில்லையே என்று சுற்றும் முற்றும் பார்த்த கும்பியும், சிங்கியும் ஏதோ பிரச்சனையென உணர்ந்து கொண்டன.

துள்ளிக்குதித்து வந்தவை கங்கி, சிம்போ முகத்தை பார்த்து 'என்னாச்சு' என்று கேட்டன. விளக்கமாகவும், வருத்தமாகவும் இரண்டுமே சொல்லி முடித்தன.

செம்மறியாடு கங்கி தொண்டையை 'மே...' என்று செருமிக்கொண்டே பேசத் தொடங்கியது.

'கிழவி நல்லவள் தான். இவ்வளவு நாளும் நன்றாகத்தானே பார்த்தாள். எங்களுடைய வாழ்க்கை இத்தனை காலந்தான் என்று நாம் தான் மறந்துவிட்டோம். மனிதனை மனிதன் கொல்கிற போது, நம்மைக் கொன்று உணவாகப் புசிக்கும் மனிதர்கள் விடுவார்களா? கிழவியின் தேவைக்கே நம்மை வளர்த்தாள். அதனால் நம்மை வெட்டப்போகிறாள். என்றுமே எமது தகுதிக்கு மீறி கனவு காணக்கூடாது நண்பர்களே! இன்றைய இந்த நிமிடம் மகிழ்ச்சியாக இருப்போம்..." என்றது செம்மறியாடு கங்கி.

உண்மையை உணர்ந்த மூன்றும் 'மே..மே..' என்று உரத்த குரலில் கத்தின.

திரும்பிப் பார்த்த கிழவி கத்தரின், "நன்றாக கத்துங்கள்" என்றாள் வருத்தமாக.

7

நீலக்கண் நோவா

'**ஏ**ய் அச்சு .... இங்க பார் !

எவ்வளவு அழகான மஞ்சள் இலைகள்' என்றாள் ரோசி.

'இதை விட அழகான ஒன்று என்னிடம் உண்டே...' என்றவாறு நீலக்கண் நோவா ரோசியை ஏளனமாகப் பார்த்தான்.

நோவாவின் கண்கள் நீல நிறத்தில் மிகவும் அழகாக இருக்கும். இதனால் சக மாணவர்கள் நோவாவை நீலக்கண் நோவா என்று செல்லமாகவே அழைத்தனர். பள்ளியில் நீலக்கண் நோவா ஒரு ஹீரோவாக இருந்தான். இதனால் சற்று திமிர்த்தனமும் இவனுக்குண்டு.

'என்னது? என்னது?' என்றபடி கைகளில் இருந்த இலைகள் காற்றில் பறக்க நீலக்கண் நோவாவை நோக்கி ஓடினாள் அச்சு.

"அச்சு! உனக்கு மட்டுந்தான் சொல்வேன்!" என்றான் நீலக்கண் நோவா ரோசியை முறைத்தவாறு.

"ஏன்? ரோசிக்கும் சொல் !" என்றாள் அச்சு.

"இல்லை ...மாட்டன்...அவள் உன்னோட தோழி. எனக்கில்லை" என்றான் கோபத்துடன் நோவா.

அப்போது பள்ளி ஆரம்பிப்பதற்கான மணியொலி கேட்டது.

'ஐயோ... மணி அடிச்சாச்சு... இடைவேளையில் சொல்கிறேன்...' என்றவாறு நீலக்கண் நோவா தனது வகுப்பறைக்குள் ஓடினான்.

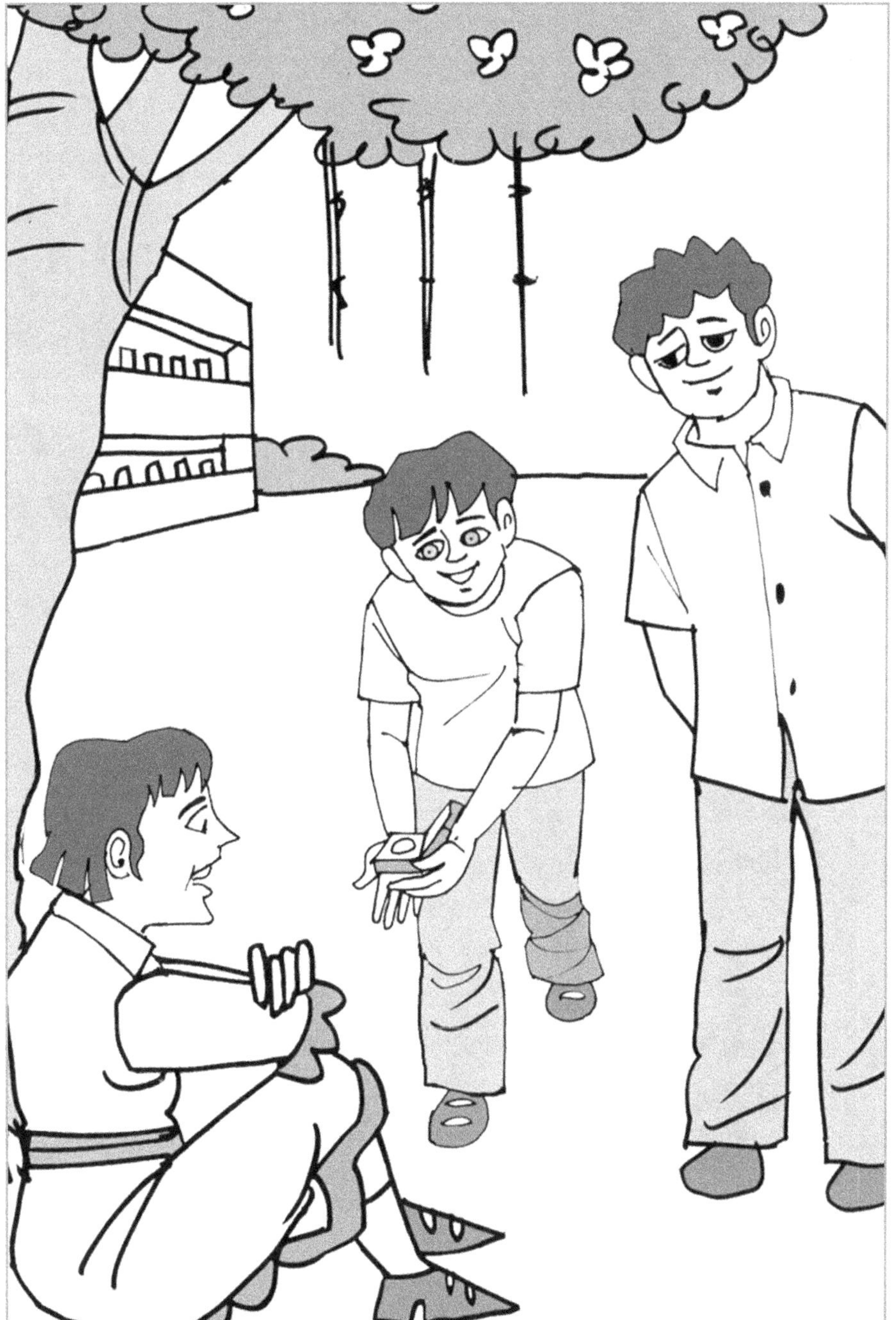

தனியாகச் சோகத்துடன் நின்ற ரோசியின் கைகளைப் பிடித்தவாறு வகுப்புக்குள் ஓடினாள் அச்சு.

'என்ன கூறினான் நோவா ?' என மெல்லிய குரலில் சோகத்துடன் கேட்டாள் ரோசி.

'அவனும் நீயும் பிரண்ட் இல்லையா?'

'இல்லை...' என்றாள் வருத்தத்துடன் ரோசி.

'ஏன்?'

'அவன் எனது நத்தை ஓட்டை பள்ளி இடைவேளையில் உடைத்து விட்டான்.'

'நத்தை ஓடா?'

'ஆமாம்.'

'நானும் அப்பாவும் தோட்டத்தில் வேலை செய்கையில் அழகான ஒரு நத்தை ஓட்டைக் கண்டெடுத்தோம். இலை உதிர்காலத்தில் மழையும், குளிரும் வந்ததால்... பாவம் ஒரு நத்தையொன்று இறந்துவிட்டது போல...

அதன் முதுகில் உள்ள இந்த ஓடு மட்டுமே மண்ணுள் மறைந்து கிடந்தது. அதனை நீரில் கழுவி அப்பா கொடுத்தார். அதனை இந்த நோவா உடைத்து விட்டான்.'

'ஐயோ...

ரொம்ப தப்பாச்சே...

பிறரின் பொருளை மிகக் கவனமாக அல்லவா பார்க்கவேண்டும்.?' என்றாள் அச்சு.

'ம்...'

'நீ திட்டினீயா... அவனை...?'

'இல்லை. ஆனால் அவன் அதற்காக ஒரு மன்னிப்பு கூட சொல்லவேயில்லை...

'சாரி சொல்!' என்றேன்.

'சொல்லமாட்டன்' என்றான்.

'அதுதான் பேசுவதில்லை' என்றாள் வருத்தத்துடன் ரோசி.

'அப்படியா?' ஆச்சரியமும் வருத்தமும் கலந்த குரலில் கேட்டாள் அச்சு.

'சரி. பாடம் ஆரம்பித்துவிட்டது. அப்புறமாகப் பேசுவோம்' என்றாள் ரோசி.

இடைவேளையில் நோவாவிடம் மிக வேகமாக ஓடினாள் அச்சு.

அவன் கண்கள் ரோசியைத் தேடின.

'ரோசி எங்கே?' என்றான் நோவா.

'அவளை உன் தோழி இல்லையென்று சொன்னாயே...?' குறும்புடன் கேட்டவாறே அச்சுவின் சிறிய கண்கள் நீலக்கண் நோவாவின் கையை ஆர்வத்துடன் உற்று நோக்கின.

'உந்தன் கையில் இருப்பது என்ன?' என்று ஆவலுடன் கேட்டாள்.

'ஓ... அதுவா... அது...' என்று அசட்டுத்தனமாகச் சிரித்தவாறே, மீண்டும் 'ரோசி எங்கே' என்றான் நீலக்கண் நோவா.

'அதோ... அந்த மரத்தின் கீழே! இலை உதிர்காலத்தில் விழுந்து இறைந்து கிடக்கும் அழகான மஞ்சள், சிவப்பு இலைகளைச் சேகரிக்கிறாள்.

'ஏன்?' என்றான் நீலக்கண் நோவா.

'ஓ... அதுவா? இன்னும் இரு மாதங்களில் வருகின்ற கிறிஸ்துமஸ் பண்டிகைக்கான அழகான பரிசுகளை இந்த இலைகளை வைத்தே வடிவமைத்து எல்லாருக்கும் கொடுத்துவிடுவாள் ரோசி. உனக்குத்தான் தெரியுமே...! பள்ளியில் ரோசிதான் கைவேலையில் சிறந்தவள் என்று.'

வா! நாமும் அங்கு போவோமென்று கூறியவாறே அச்சுவின் பதிலை எதிர்பாராது கையை இறுகப்பற்றி இழுத்துச் சென்றான் நீலக்கண் நோவா.

தனது அருகில் நின்ற இருவரையும் கண்களை விரித்துப் பார்த்தாள் ரோசி.

நீலக்கண் நோவாவின் கையில் அழகான வேலைப்பாட்டுடன் சிவப்புப் பெட்டியொன்று மின்னியது.

ரோசியின் குண்டுக் கண்கள் அந்த வேலைப்பாடுடைய அழகான பெட்டியை மட்டுமே பார்த்தது.

நோவா மிக மெதுவாக அந்தப் பெட்டியைத் திறந்தான். உள்ளே அழகாக நிறந்தீட்டப்பெற்ற இரண்டு நத்தை ஓடுகளைக் கையில் எடுத்தவன் ரோசியிடம் ஒன்றைக் கொடுத்து 'மன்னிச்சுக்கோ!' என்றான்.

மகிழ்ச்சியோடு சிரித்த ரோசி...

நோவாவை இறுகக் கட்டிக்கொண்டே... 'எங்கே கண்டெடுத்தாய்?'

'அம்மாவுடன் விளையாட்டுத் திடலுக்குச் சென்றேன். அங்கு ஒரு புறமாக நின்ற ஆப்பிள் மரத்தின் கீழே கிடந்தது. உடனடியாக நான் செய்த பிழை ஞாபகம் வந்தது. ஓடிச்சென்று இரண்டு நத்தை ஓடுகளையும் எடுத்தேன். அம்மாவிடம் நான் செய்த தப்பையும் கூறினேன். அம்மாதான் எனக்கொரு யோசனை சொன்னார்.

அவர் யோசனைப்படியே இந்த நத்தை ஓடுகளுக்கு அழகான நிறங்களைத் தீட்டிப் பரிசாகக் கொடுத்தேன்' என்றான் நீலக்கண் நோவா மகிழ்ச்சியுடன்.

'அதுமட்டுமல்ல ரோசி, அம்மா நிறைய அறிவுரைகளும் கூறினார்!

நாம் என்றும் பிறருடைய பொருட்களைப் பாதுகாப்பாக கையாள வேண்டுமாம். அத்தோடு பிழை செய்தால் மன்னிப்பு கேட்கவும் தயங்கக் கூடாதாம்.

வேறு ஒன்றும் அம்மா சொன்னாங்க... ம்... ஆ... ஞாபகம் வருது, மகிழ்ச்சியை எப்போதும் பகிர்ந்து கொடுக்க வேண்டுமாம்!' என்றான் நோவா சிரித்தபடியே...

அச்சுவும், ரோசியும், நோவாவும் பகிர்ந்த மகிழ்ச்சி கலகல என்று ஒலித்தது.